TAKDIR THE TIGER C...

ਬਾਗ ਦਾ ਬੱਚਾ ਤਕਦੀਰ

National parks are places where wildlife is protected. This map shows some places in India where tigers may be found.

Corbett National Park

Dudhwa National Park

Namdapha National Park

Kaziranga National Park

Ranthambore National Park

Panna National Park

Bandhavgarh National Park

Kanha National Park

Sunderbans National Park

Mollem National Park

Nagarahole National Park

Bandipur National Park
Mudumalai Wildlife Sanctuary

Sri Venkateswara National Park

Silent Valley National Park

Periyar National Park

N
W   E
S

TAKDIR THE TIGER CUB

ਬਾਗ ਦਾ ਬੱਚਾ ਤਕਦੀਰ

LATIKA NATH RANA

NANDA SHUMSHERE JUNG BAHADUR RANA

Translation

PARAMJIT KAUR JANDU

For Anjali Skylar Nath   Welcome to this wonderful world! Latika

There was a tiger cub. His name was Takdir.

ਇਕ ਬਾਗ ਦਾ ਬੱਚਾ ਸੀ । ਉਸਦਾ ਨਾਮ ਸੀ ਤਕਦੀਰ ।

He lived with his mother and two sisters in a thick jungle.

ਉਹ ਆਪਣੀ ਮਾਂ ਤੇ ਦੋਂ ਭੈਣੇ ਦੇ ਨਾਲ ਸੰਗਣੇ ਜੰਗਲ ਵਿੱਚ ਰਹਿੰਦਾ ਸੀ ।

They lived in a big cave. The cave was surrounded by bamboo.

ਉਹ ਇਕ ਬਹੁਤ ਵਡੀ ਗੁਫਾ ਵਿੱਚ ਰਹਿੰਦੇ ਸੀ । ਉਹ ਗੁਫਾ ਬਾਂਸਾ ਦੇ ਨਾਲ ਘਿਰੀ ਹੋਈ ਸੀ ।

Takdir's sisters were named Choti and Badi.

ਤਕਦੀਰ ਦੀ ਭੈਣਾ ਦੇ ਨਾਮ ਸੀ ਛੋਟੀ ਤੇ ਵਡੀ ।

Their mother was a big tigress.
Her name was Sita.
She ruled the jungle.

ਉਨ੍ਹਾ ਦੀ ਮਾਂ ਇਕ ਵਡੀ ਸ਼ੇਰਨੀ ਸੀ ।
ਤੇ ਉਸਦਾ ਨਾਮ ਸੀਤਾ ਸੀ ।
ਉਹ ਜੰਗਲ ਵਿੱਚ ਰਾਜ ਕਰਦੀ ਸੀ ।

Every day, Sita went to look for food. Takdir, Choti and Badi stayed at home.

ਹਰ ਰੋਜ ਉਹ ਖਾਣਾ ਲਬਣ ਜਾਂਦੀ ਸੀ। ਤਕਦੀਰ, ਛੋਟੀ ਤੇ ਵਡੀ ਘਰ ਹੀ ਰਹਿੰਦੇ ਸੀ।

One day, when Sita had left them alone, the three of them played for a long time.

ਇਕ ਦਿਨ, ਜਦ ਸੀਤਾ ਉਨ੍ਹਾ ਨੂੰ ਘਲਿਆਂ ਛਡ ਗਈ ਸੀ। ਤਿਨੋਂ ਬਹੁਤ ਦੇਰ ਤਕ ਖੇਡਦੇ ਰਹੇਂ।

After a while, Choti and Badi got tired and went to sleep.

ਕੁਝ ਸਮੇਂ ਤੋਂ ਬਾਦ ਛੋਟੀ ਤੇ ਵਡੀ ਥਕ ਕੇ ਸੋ ਗਏ ।

But Takdir was not tired. He set out to look for a friend to play with.

ਪਰ ਤਕਦੀਰ ਥਕਿਆ ਨਹੀ ਸੀ । ਉਹ ਖੇਲਣ ਦੇ ਲਈ ਕੋਈ ਦੋਸਤ ਲਭਣ ਚਲਿਆ ।

He saw a baby cheetal in the grass. She said her name was Bindi.

ਉਸਨੇ ਘਾਸ ਤੇ ਇਕ ਚਿਤਲ ਦੇ ਬੱਚੇ ਨੂੰ ਦੇਖਿਆ । ਉਸਨੇ ਅਪਨਾ ਨਾਮ ਬਿੰਦੀ ਦਸਿਆ ।

Bindi showed Takdir a small pond. He jumped in the water and began to swim.

ਬਿੰਦੀ ਨੇ ਤਕਦੀਰ ਨੂੰ ਇਕ ਛੋਟਾ ਤਲਾਬ ਦਖਾਇਆ ਉਹ ਪਾਣੀ ਵਿੱਚ ਕੁਦ ਕੇ ਤੈਰਨ ਲਗਾ ।

Takdir saw a peacock dancing
near the pond.

ਤਨਾਲ ਦੇ ਕੇਲ ਤਕਦੀਰ ਨੇ
ਇੱਕ ਮੋਰ ਨੂੰ ਨਚਦਿਆਂ ਦੇਖਿਆ ।

He also saw some langur monkeys. A baby langur was clinging tightly to its mother.

ਉਸਨੇ ਲੰਗੂਰ ਬੰਦਰਾ ਨੂੰ ਵੀ ਦੇਖਿਆ ।
ਇਕ ਲੰਗੂਰ ਦੇ ਬੱਚੇ ਨੇ ਆਪਣੀ
ਮਾਂ ਨੂੰ ਕੁਟਕੇ ਪਕੜਿਆ ਹੋਇਆ ਸੀ ।

Takdir came out of the water to make friends with the little monkey.
Suddenly the peacock and monkeys began to scream.

ਛੋਟੇ ਬੰਦਰ ਦੇ ਨਾਲ ਦੋਸਤੀ ਕਰਨ ਤਕਦੀਰ ਪਾਣੀ ਤੋਂ ਬਾਹਰ ਨਿਕਲਿਆ । ਅਚਾਨਕ ਮੋਰ ਤੇ ਬੰਦਰ ਚੀਖਣ ਲਗੇ ।

Takdir turned around. A big leopard was sitting on a rock. It was staring at him.

ਤਕਦੀਰ ਪਿਛੇ ਮੁੜਿਆ । ਇੱਕ ਤੇਂਦੁਆ ਚਟਾਨ ਦੇ ਉਪਰ ਬੈਠਾ ਸੀ । ਉਹ ਉਸ ਨੂੰ ਘੂਰ ਰਿਹਾ ਸੀ ।

Takdir got scared and quickly ran from there.

ਤਕਦੀਰ ਡਰਕੇ ਉੱਥੋਂ ਤੋ ਜਲਦੀ ਨਸ ਗਿਆ ।

On the way he saw little Bhaloo Bhai. But Takdir didn't stop.

ਰਸਤੇ ਵਿੱਚ ਉਸਨੇ ਛੋਟੇ ਭਾਲੂ ਭਰਾ ਨੂੰ ਦੇਖਿਆ । ਪਰ ਤਕਦੀਰ ਰੋਕਿਆ ਨਹੀ ।

He ran for a long time. After a while he became very tired.

ਉਹ ਕਾਫੀ ਦੇਰ ਤਕ ਭਜਦਾ ਰਿਹਾ । ਥੋੜੀ ਦੇਰ ਬਾਦ ਉਹ ਥਕ ਗਿਆ ।

Takdir was also starting to feel hungry and thirsty. It was getting dark and he had lost his way!

ਤਕਦੀਰ ਨੂੰ ਭੂਖ ਤੇ ਪਿਆਸ ਭੀ
ਲਗਣ ਲਗ ਗਈ ਅਨੇਰ੍ਹਾ ਵੀ ਹੋ ਰਿਹਾ ਸੀ ਤੇ
ਉਹ ਅਪਨਾ ਰਸਤਾ ਭੂਲ ਗਿਆ ਸੀ ।

Takdir began to cry. He called loudly for his mother. Sita heard Takdir's call and went to search for him.

ਤਕਦੀਰ ਰੋਣ ਲਗਾ । ਉਸਨੇ ਆਪਣੀ ਮਾਂ ਨੂੰ ਜੋਰ ਜੋਰ ਨਾਲ ਬੋਲਾਇਆ ।
ਤਕਦੀਰ ਦੀ ਆਵਾਜ ਸੁਣ ਕੇ ਸੀਤਾ ਉਸ ਨੂੰ ਲਭਣ ਨਿਕਲੀ ।

When she found Takdir, Sita licked and comforted him. Takdir stopped crying.

ਜਦ ਉਸ ਨੂੰ ਤਕਦੀਰ ਮਿਲਿਆ, ਸੀਤਾ ਨੇ ਉਸਨੂ ਚਟ-ਚਟਕੇ ਦੁਲਾਰਿਆ । ਤਕਦੀਰ ਨੇ ਰੋਣਾ ਬੰਦ ਕੀਤਾ ।

Now Takdir, Choti, Badi and Sita are all together. Takdir has promised he will never go out alone again.

ਹੁਣ ਤਕਦੀਰ, ਛੋਟੀ, ਵਡੀ ਤੇ ਸੀਤਾ ਸਭ ਨਾਲ ਹੈ। ਤਕਦੀਰ ਨੇ ਵਚਨ ਦੀਤਾ ਹੈ ਕਿ ਉਹ ਫਿਰ ਕਦੀ ਇਕਲਾ
ਘੂੰਮਣ ਨਹੀ ਜਾਵੇਗਾ।

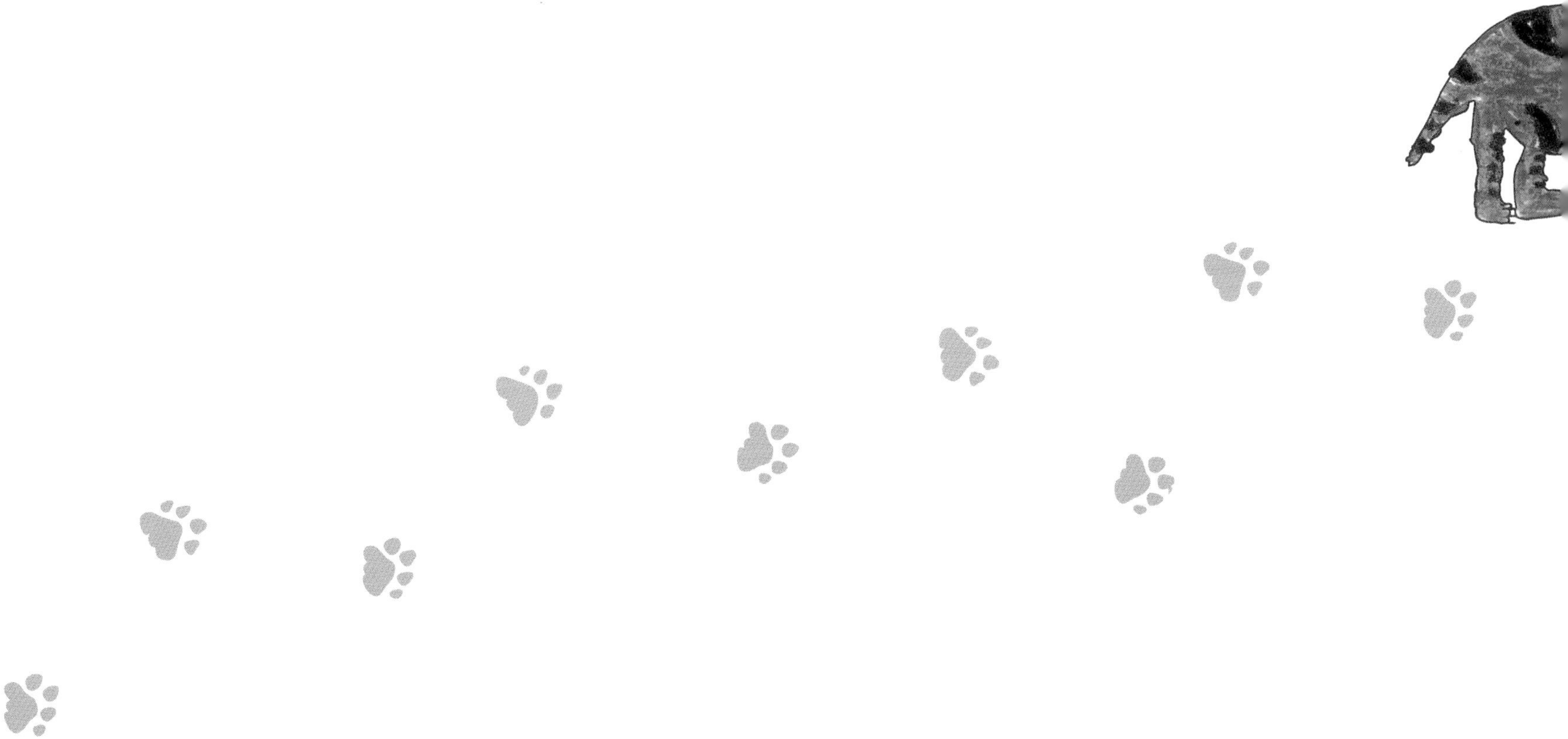

A note on bilingual books
In dual language books, the text is deliberately kept simple, even literal. Every language, however, is unique in terms of syntax and usage of words. So the challenge is to translate literally without compromising the integrity of each language, to make two languages work in tandem yet stand alone.

This book is available in:

English with Albanian, Arabic, Bengali, Chinese, Czech, Farsi, French, German, Gujarati, Hindi, Kannada, Malalayalam, Marathi, Nepali, Polish, Portuguese, Punjabi, Serbo-Croat, Somali, Spanish, Tamil, Telugu, Turkish, Urdu

And in English alone

Bagh da baccha Takdir / Takdir the Tiger Cub (Punjabi-English)

ISBN 0-86144-757-3

© English text Latika Nath Rana

© photographs Nanda Shumshere Jung Bahadur Rana

Copyright © Tulika Publishers 2004

First published in India by Tulika Publishers, Chennai, India, 2004.

This edition © Soma Books, 2005

The drawings were done by children at the Goodbooks Bookstore and Resource Centre, Chennai.

Soma Books Ltd, 38 Kennington Lane, London SE11 4LS, UK

email: books@somabooks.co.uk   website: www.childrens-books.uk.com

Tulika Publishers, 13 Prithvi Avenue, Abhiramapuram, Chennai 600 018, India

email: tulikabooks@vsnl.com   website: www.tulikabooks.com

Printed and bound by

Sudarsan Graphics, 27 Neelakanta Mehta Street, T. Nagar, Chennai 600 017, India